AF742237

INSIGHT PUBLICA®

INSIGHT PUBLICA®
Nadakkavu, Kozhikode, Kerala, 673011
Tel:0495–4020666
www.insightpublica.com
e-mail: insightpublica@gmail.com
Kadalil ninnoru thulli
(Malayalam Poems)
Sreeja Prem
Cover Paiting: **Hanan A.K**
First Edition: March 2020
ISBN 978-93-89804-22-5

Printed and Published by
InsightinPublica Printers and Publishers Pvt. Ltd.

കടലിൽ നിന്നൊരു തുള്ളി

ശ്രീജ പ്രേം

INSIGHT PUBLICA®

സമർപ്പണം

വാക്കുകൾ ചേർത്തുപറയും മുൻപേ
ഓർമ്മയുടെ ഇടനാഴിയിൽ
എന്നെയും അച്ഛനേയും ചേർത്തുനിർത്തി
തിരിച്ചുവരാനാകാത്ത ലോകത്തേക്ക് പറന്നകന്ന
എന്റെ പ്രിയപ്പെട്ട അമ്മയ്ക്ക്,
കഥകൾ പറഞ്ഞ്
കരച്ചിലൊതുക്കിയ
എന്റെ അച്ചാച്ഛനം, അച്ഛമ്മയ്ക്കും,
ഹൃദയത്തിന്റെ തണലിൽ സ്നേഹം വിളമ്പിത്തന്ന്
വളർത്തിയ എന്റെ സ്നേഹനിധിയായ അച്ഛന്,
സാന്ത്വനവും, വാത്സല്യവും,
നൽകി മുന്നോട്ട് നയിച്ച
എന്റെ ബന്ധുക്കൾക്ക്,
എന്റെ ഓരോ കാൽവെപ്പിലും മൗനമായി,
നിസ്വാർത്ഥ ഹൃദയത്തോടെ
കൈത്താങ്ങ് തന്ന എന്റെ ഉണ്ണിയേട്ടന്,
കൂടെ നിന്ന് മനസ്സു പങ്കിട്ടും പ്രോത്സാഹനം തന്നും
സഹായിച്ച സുഹൃത്തുക്കൾക്കും,
സഹപ്രവർത്തകർക്കും
സർവ്വോപരി
എന്നിലെ ചിന്തകൾക്ക് ഞാനെന്നരൂപവും,
ജീവനും നൽകിയ സർവ്വേശ്വരന്.

പാലക്കാട് ജില്ലയിലെ തൃത്താലക്കട്ടുത്ത് തൊഴുക്കര പരുവക്കപ്പള്ളിയാലിൽ വാസുവിന്റെയും, തൃശ്ശൂർ അവണൂർ പി.എസ്. മാധവിയുടേയും മകളായി 1980 ൽ ജനനം. കുമരനെല്ലൂർ ഗവ. ഹൈസ്ക്കൂൾ, പൊന്നാനി MES College, ഒറ്റപ്പാലം NSS College, തൃശ്ശൂർ ശങ്കരാചാര്യ റീജണൽ സെന്റർ, തിരുവനന്തപുരം ഗവ.ടീച്ചർ എജ്യുക്കേഷൻ സെന്റർ, എന്നിവിടങ്ങളിൽ വിദ്യാഭ്യാസം. സ്ക്കൂൾ കോളേജ് തലങ്ങളിൽ സാഹിത്യം, നൃത്തം, സംഗീതം, അഭിനയം എന്നിവയ്ക്ക് നിരവധി സമ്മാനങ്ങൾ ലഭിച്ചിട്ടുണ്ട്. തീയറ്റർ പരസ്യചിത്രം, ഹ്രസ്വചിത്രം എന്നിവയിൽ അഭിനയിച്ചിട്ടുണ്ട്. IHRD കോളേജ് ഓഫ് അപ്ലൈഡ് സയൻസ്, വടക്കഞ്ചേരി ഹിന്ദി അധ്യാപികയായി സേവനം അനുഷ്ഠിക്കുന്നു.

ഭർത്താവ് : പ്രേംകുമാർ (Rubfila International Limited
&Working in South Indian Film Industry)

മക്കൾ : അഭിമന്യൂ, ആദിസർഗ്ഗ

വിലാസം: നായർ കുന്നിൽ, പരുവാശ്ശേരി പി.ഒ,
ചെറുകണ്ണമ്പ്ര വടക്കഞ്ചേരി
Mob: 9074376193

ശ്രീജ പ്രേം

മുഖക്കുറിപ്പ്

കാലം ഒന്നിനേയും കാത്തു നിൽക്കാതെ ഓട്ടത്തിലാണ്. സ്വപ്നങ്ങൾക്കും സങ്കൽപങ്ങൾക്കും മറികടക്കാനാവാതെ ഋതുക്കൾ മാറിമാറി... പുതുമകൾ തന്നും തരാതെയും... അങ്ങനെ....

ഇതെന്റെ സ്വപ്നസാഫല്യമാണോ എന്നു ചോദിച്ചാൽ ശരിയായ ഉത്തരം എനിക്കു പറയാനാവില്ല. കാരണം ഒരു കവയത്രിയാവാനുള്ള യോഗ്യത നിർണ്ണയിക്കുന്നത് സഹൃദയരാണ്. അതുകൊണ്ടു തന്നെ ഈ സംരംഭത്തിലേക്ക് തല്ലൊരു പരിഭ്രമത്തോടുകൂടിയാണ് ഞാൻ കാലെടുത്തു വെച്ചത്. വെച്ചു എന്നു പറയുന്നതിനേക്കാൾ ശരി 'വെപ്പിച്ചു' എന്നു പറയുന്നതാവും. എഴുതിത്തുടങ്ങിയത് കൃത്യമായി എനിക്കോർമ്മയില്ല. പക്ഷേ ജീവിതത്തിലെ ഒട്ടു മിക്ക അനുഭവങ്ങളും അക്ഷരങ്ങളിലൂടെ കടന്നു പോകുമ്പോൾ ആശ്വാസം തോന്നാറുണ്ട്. അതു ചിലപ്പോൾ കാറ്റു പിടിച്ച മരം പോലെ, സന്തോഷമായാലും ദുഃഖമായാലും അങ്ങനെ ആടിയുലയും. ജീവിതം പകുത്തു നിർത്തുമ്പോൾ നഷ്ടങ്ങളുടേയും വേദനകളുടേയും കോളങ്ങളാണ് ഏറിയപങ്കും നിറഞ്ഞു നിൽക്കുന്നത്. എങ്കിലും എതിർകോളത്തിൽ എനിക്ക് ചേർത്തു വെക്കാൻ കുറേ കുഞ്ഞു ഭാഗ്യങ്ങളുമുണ്ട്. എന്നെ ജീവിക്കാൻ പ്രേരിപ്പിച്ച 'സ്നേഹബന്ധങ്ങൾ.' ഹൃദയം കൊണ്ട് അടുത്തവരാണ് ഏറേയും. എന്റെ വഴികളിൽ നേട്ടത്തിന്റെ തണ്ണീർ പന്തലുകൾ സമ്മാനിച്ചത് രക്തബന്ധത്തിന്റെ മഹത്വവും, ഗുരുക്കന്മാരുടെ അനുഗ്രഹവും സൗഹൃദത്തിന്റെ കരുത്തുമായിരുന്നു.

പഠിച്ചുകൊണ്ടിരുന്ന കാലത്ത് എഴുതിയതെല്ലാം കീറിക്കളയുന്ന സ്വഭാവമായിരുന്നു. പിന്നീടെപ്പോഴോ അതു പുസ്തകത്താളുകളിൽ

ഒളിച്ചിരിക്കാൻ തുടങ്ങി. സാഹിത്യം, കല തുടങ്ങിയവയിൽ അച്ഛൻ കാണിച്ച തന്ന വഴികളിലൂടെയാവാം അറിയാതെ ഞാനും സഞ്ചരിച്ചത്. അതേറ്റ പിടിക്കാൻ, എന്റെ തോളോട്ട ചേർന്ന നിൽക്കാൻ കാലം എനിക്കൊരു ജീവിതപങ്കാളിയെ നൽകി. ഉണ്ണിയേട്ടൻ തന്നെയാണ് എന്റെ ജീവിതത്തിൽ ലഭിച്ച വലിയ ഭാഗ്യം. എന്റെ ഇഷ്ടങ്ങളെ ഒരിക്കലും എന്നിൽ നിന്ന് അകറ്റാൻ അദ്ദേഹം ശ്രമിച്ചിട്ടില്ല. അത് സ്വന്തം ഇഷ്ടങ്ങളെ പോലെ ചേർത്ത് പിടിക്കാൻ യാതൊരു മടിയും കാണിച്ചില്ല. ഒരു പക്ഷേഒരു നീണ്ട ഇടവേളയ്ക്ക് ശേഷം വീണ്ടും ചിലങ്ക അണിഞ്ഞപ്പോൾ അതിലെ ഓരോ താളവും ഉണ്ണിയേട്ടന്റെ സ്നേഹത്തിന്റെയും പ്രോത്സാഹനത്തിന്റെയും പ്രതിധ്വനി തന്നെയായിരുന്നു. അമ്മയെന്ന വേഷത്തിന്റെ നിർവൃതിയിൽ പലതും മാറ്റിവെക്കേണ്ടി വന്നെങ്കിലും എന്റെ കുഞ്ഞുങ്ങളിലൂടെ ഞാൻ കാണുന്നത് എന്റെ സ്വപ്നങ്ങളുടെ നീലാകാശം തന്നെയാണ്. നന്ദി രേഖപ്പെടുത്തുന്നു എല്ലാത്തിനും ഈശ്വരനോട്. ഈ അടുത്ത കാലയളവിലാണ് എന്റെ സഹപ്രവർത്തകരായ ഭാഷാ അധ്യാപകർ 'കവിതാസമാഹാരം' പുറത്തിറക്കുക എന്ന ആശയം മുന്നോട്ടു വെച്ചതും പ്രോത്സാഹിപ്പിച്ചതും. സത്യത്തിൽ ഈ സ്വപ്നത്തിന്റെ അവകാശികൾ എന്റെ പ്രിയപ്പെട്ട സഹപ്രവർത്തകരും സ്വപ്നങ്ങൾക്കു കുട പിടിച്ച എന്റെ ഉണ്ണിയേട്ടനും തന്നെയാണ്. മുമ്പ് ഞാൻ പറഞ്ഞ കുഞ്ഞു ഭാഗ്യങ്ങളിൽ ചിലതാണ് ഈ ബന്ധങ്ങൾ. ഇംഗ്ലീഷ് അധ്യാപികയായ ജി. സുധാ മാം, മലയാള വിഭാഗം അധ്യാപകനായ ശ്രീ. കുഞ്ഞുമൊയ്തീൻ സാർ, അധ്യാപിക ശ്രീമതി. ജിജിമോൾ മാം, കമ്പ്യൂട്ടർ അധ്യാപകൻ ശ്രീ. ഷിജുസാർ, എന്നിവരടങ്ങുന്ന ഒരു കൂട്ടായ നിസ്വാർത്ഥ സഹകരണത്തിന്റെ പരിണിത ഫലമാണ് എന്റെ ഈ ദൗത്യത്തിന്റെ പൂർണ്ണത.

ഇതിന്റെ അവതാരികക്കു വേണ്ടിയുള്ള തിരച്ചിൽ ശ്രീ. കുഞ്ഞുമൊയ്തീൻ സാറിന്റ ഗുരുവായ ശ്രീ. എസ്.കെ. വസന്തൻ സാറിലാണ് ചെന്നവസാനിച്ചത്. കവിതകളും കൊണ്ട് ഞങ്ങൾ പുറപ്പെട്ടപ്പോഴും എന്റെ മനസ്സിൽ ഒരുപാട് ആശങ്കകൾ ഉണ്ടായിരുന്നു. ശ്രീ. വസന്തൻ സാർ പറഞ്ഞ വാക്കുകൾ ഓർത്തെടുക്കുകയാണെങ്കിൽ -'യ്യു 'ഞാൻ അവതാരിക എഴുതാമെന്ന് ഉറപ്പു പറയുന്നില്ല. കാരണം ഇന്നത്തെ കവിതകൾ പലതും എനിക്കു മനസ്സിലാകാറില്ല. മാത്രവുമല്ല ഒട്ടുമിക്കതിലും കവിതയില്ല. അതുകൊണ്ട് ആദ്യം ഞാനിതൊന്ന് വായിക്കട്ടെ. എന്നിട്ടു വിളിച്ചു പറയാം.' എന്നാണ്. അദ്ദേഹം

പറഞ്ഞത് ശരിയായിരുന്നിട്ടും എനിയ്ക്കെന്തോ എന്റെ എഴുത്തിൽ ആത്മവിശ്വാസമില്ലായ്മ അനുഭവപ്പെട്ടു. ഒരു പക്ഷേ 'പറ്റില്ല' എന്നു പറഞ്ഞാൽ കവിത എന്നത് എന്നെ ആജീവനാന്തം വേദനിപ്പിക്കുന്ന സഹവർത്തി ആയി മാറും. മറുപടിക്കായി ഞാൻ അക്ഷമയോടെ കാത്തിരുന്നു. പിന്നീട് വന്ന മറുപടിയിലാണ് എന്നിലെ സ്വകാര്യനൊമ്പരം സുഖപ്പെട്ടത്. ഞാൻ അദ്ദേഹത്തോട് ആവശ്യപ്പെട്ടതുപോലെ നിർദ്ദേശങ്ങളും തിരുത്തലുകളുമാണ് കൂടുതലും നൽകിയത്. അതു തന്നെയാണ് ഒരു തുടക്കക്കാരി എന്ന നിലയിൽ എനിക്ക് അനിവാര്യമായത്.

എനിക്ക് പറയാനുള്ളത് എന്തൊക്കേയോ ഞാൻ പറഞ്ഞു. അപൂർണ്ണമാണ് ഇതെല്ലാം എന്നു തന്നെ പറയുന്നു. അനുഭവങ്ങളിലൂടെ അതിലുപരി കാഴ്ചപ്പാടിലൂടെ സഞ്ചരിക്കുന്നതിനിടയിൽ കുടഞ്ഞിട്ട ഈ അക്ഷരങ്ങൾ അത് സാർത്ഥകമാണോ എന്നു തീരുമാനിക്കേണ്ടത് നിങ്ങളാണ്. പോരായ്മകൾക്കും അവ്യക്തതകൾക്കും ഇടയിലൂടെയാണ് ഈ എഴുത്ത് കടന്നുപോകുന്നത് എന്നറിയാം. എങ്കിലും എനിക്കുവേണ്ടി പ്രാർത്ഥിച്ചവർക്കും പ്രയത്നിച്ചവർക്കും കടപ്പാടിന്റെ ഭാഷയിൽ ഈ ഹൃദയം സമർപ്പിച്ചുകൊള്ളട്ടെ.

ശ്രീജ പ്രേം,
വടക്കഞ്ചേരി

ഉള്ളടക്കം

ഒരു തുള്ളി കടലാവാൻ...

എസ്.കെ. വസന്തൻ

ഈയിടെ ഒരു കവിതാക്യാമ്പിൽ പങ്കെടുത്ത് കവിതയെപ്പറ്റി ചില കാര്യങ്ങൾ തുറന്നു പറയുവാനുള്ള ഭാഗ്യമോ (നിർഭാഗ്യമോ) എനിക്ക് ഉണ്ടായി. കവിതയിൽ പാരമ്പര്യം എന്നൊരു ഘടകം ഉണ്ട്. സംസ്കാരപാരമ്പര്യം, ഭാഷാപാരമ്പര്യം, താളബോധം, എന്നിങ്ങനെ പലതലങ്ങളിൽ അതു വ്യാപിച്ചു കിടക്കുന്നു. അതിൽ നിന്ന് ഒരെഴുത്തുകാരനും, മോചനമില്ല. അത് നിങ്ങളുടെ നിഴൽപോലെ മുൻപിലോ, പിന്നിലോ, കാൽച്ചുവട്ടിലോ, ആയി കൂടെ ഉണ്ടാകും. നിങ്ങൾക്ക് അതിൽ ചിലത് സ്വീകരിക്കാം, ചിലതു തള്ളികളയാം. എന്നാൽ അങ്ങിനെ ഒന്നില്ല എന്ന് അവഗണിക്കാനാവില്ല. ഈ യാഥാർത്ഥ്യം അംഗീകരിച്ചേ പറ്റൂ. ഇഷ്ടപ്പെട്ടാലും ഇല്ലെങ്കിലും പാരമ്പര്യം ശത്രുവാണ്. എങ്കിൽ ആ ശത്രുവിനെ കീഴടക്കുവാൻ അയാളുടെ ബലം കൃത്യമായി അറിയുകയാണ് വേണ്ടത്. അതിനുള്ള ഒരു ശ്രമവും നമ്മുടെ പുതു കവികളിൽ തൊണ്ണൂറുശതമാനവും നടത്തുന്നില്ല. ഒരുപാട് പുതുകവികളുടെ രചനകൾ കഷ്ടപ്പാട്ടു വായിച്ചിട്ടാണ് ഞാൻ ഈ നിഗമനത്തിൽ എത്തിയത്. എന്നോട് കലഹിക്കുന്നതിനു മുമ്പ് നിങ്ങൾ സ്വന്തം മനസ്സാക്ഷിയുടെ മുന്നിൽ എന്റെ ഋജുവായ ചോദ്യത്തിന് സത്യസന്ധമായി മറുപടി പറയൂ. നിങ്ങളിൽ എത്ര പേർ കൃഷ്ണഗാഥ മുഴുവൻ വായിച്ചിട്ടുണ്ട്.? ഏതെങ്കിലും ഒരു മഹാകാവ്യം മുഴുവൻ വായിച്ചിട്ടുണ്ടോ?. വേണ്ട അധ്യാത്മ രാമായണവും മഹാഭാരതം കിളിപ്പാട്ടും മുഴുവനും വായിച്ചിട്ടുണ്ടോ ?. കൃഷ്ണഗാഥ മുതൽ ആരംഭിക്കുന്ന ഒരു കാവ്യപാരമ്പര്യം മലയാളത്തിനുണ്ട്. അത് നിങ്ങളുടെ തറവാട്ടുസ്വത്താണ്. നിങ്ങൾക്ക്

അവകാശപ്പെട്ടതാണ്. അത് സാഭിമാനം സ്വീകരിക്കാതെ കള്ള നോട്ടടിച്ച് പണക്കാരനാകാൻ ശ്രമിച്ചാൽ ഫലം, ആൾക്കൂട്ടത്തിനു നടുവിൽ നഗ്നനാക്കപ്പെടുക എന്നതാവും നിങ്ങളിൽ പലർക്കും സംഭവിക്കുന്നത് അതാണ് എന്ന് തുറന്നു പറയാൻ ഞാനാഗ്രഹിക്കുന്നു.

ഒരു കാവ്യാത്മകതയുമില്ലാത്ത ഗദ്യം, ഗദ്യം എഴുതുന്ന മട്ടിലല്ലാതെ പിന്നെ?. ഒരു യുവകവി ക്ഷോഭത്തോടെ ചോദിച്ചു. ' ഞങ്ങൾ അധ്യാത്മരാമായണം പോലെ കൃഷ്ണഗാഥപോലെ എഴുതണം എന്നാണോ നിങ്ങൾ പറയുന്നത് ?' അയാളേക്കാൾ വളരെ പ്രായം കൂടുതലുള്ളതുകൊണ്ടു കൂടിയാവാം എനിയ്ക്കു ക്ഷോഭം തോന്നിയില്ല. 'അതെ അങ്ങനെയെഴുതി പഠിക്കണം'മെന്നു തന്നെയാണ് ഞാൻ പറഞ്ഞത്. കാരണം ആ കൃതികളും പിൽകാലത്ത് അങ്ങനെ യെഴുതി പഠിപ്പിച്ചവരുടെ രചനകളും ഇപ്പോഴും നില നിൽക്കുന്നു. നിങ്ങളുടെ പല രചനകളും ഡിലീറ്റ് ചെയ്യപ്പെടുന്നതിനു മുമ്പു തന്നെ വായനക്കാരന്റെ മനസ്സിൽ നിന്നും മറഞ്ഞുപോകുന്നു എന്നതിന്റെ കാരണം ആ വായനക്കാരൻ ശത്രുവായതുകൊണ്ടല്ല. എഴുതിയതിൽ കവിതയില്ലാത്തതുകൊണ്ടാണ്. ഒന്നുകൂടി താളബോധം മലയാളകവിതയുടെ പാരമ്പര്യത്തിൽ പ്രധാനമാണ്. കടമ്മനിട്ടയും കക്കാടും ബാലചന്ദ്രനും അങ്ങനെ ചെയ്തവരല്ലേ.

ശ്രീമതി. ശ്രീജ പ്രേംകുമാർ 'കടലിൽ നിന്നൊരു തുള്ളി' : എന്ന കവിതാസമാഹാരം ആമുഖക്കുറിപ്പിനായി എന്നെ ഏൽപിച്ചത് മുമ്പു പറഞ്ഞ ക്യാമ്പിനു ശേഷമാണ്. അന്നത്തെ ചർച്ച മനസ്സിൽ നിന്നും പോയിട്ടില്ലാത്ത അവസ്ഥയിലാണ് ഞാൻ ഈ കവിതകൾ വായിച്ചത്. ശ്രദ്ധാപൂർവ്വമായ ഉപരിചിന്തകളുടേയും യുക്തിഭദ്രമായ കാഴ്ചപ്പാടുകളുടേയും ഫലമായി ഇതിലെ പല കവിതകളുടേയും കാന്തി വർദ്ധിക്കും എന്നു തന്നെയാണ് എന്റെ അഭിപ്രായം. ഇങ്ങനെ പറഞ്ഞത് തിളക്കമുള്ള കാവ്യസ്ഫുരണങ്ങൾ ഈ രചനകളിൽ ധാരാളം ഉള്ളതായി എനിക്ക് അനുഭവപ്പെട്ടതുകൊണ്ടു മാത്രമാണ്.

കടലിൽ നിന്നൊരു തുള്ളി എന്ന ആദ്യ കവിത നോക്കുക. ഹൃദയം കര കവിഞ്ഞ് കണ്ണുകൾ കടലിനോടു കൈ കോർക്കുകയാണ്. ഒരു കവിതയെഴുതി ഒൻപത് കൊല്ലം കഴിഞ്ഞ് വീണ്ടും

വായിച്ചുനോക്കി കൊള്ളാമെന്നു തോന്നിയാൽ മാത്രം പ്രസിദ്ധീകരിക്കുക എന്നു പറഞ്ഞ ഹോറസ് ജീവിച്ചത് രണ്ടായിരം കൊല്ലങ്ങൾക്കു മുമ്പാണ്. (ഒൻപതു കൊല്ലം ഒൻപതു ദിവസമാക്കിയാൽ തന്നെ പല കവിതകളും വളിച്ചം കാണില്ല. പിന്നെ വ്യാകരണം വ്യാകരണം ശരിയാണെന്നു നോക്കിയാണോ കവിതയെഴുതുന്നത് എന്ന ചോദ്യമുയരുന്നത് എനിക്ക് കേൾക്കാം. അല്ല ചിലപ്പോൾ വ്യാകരണവിധികൾ ലംഘിച്ചുകൊണ്ടുതന്നെ കവിതയെഴുതേണ്ടി വരും. അതുകൊണ്ട് സവിശേഷഫലവും കിട്ടും

ഇത്തരം കാര്യങ്ങൾ മുഖവുരയിലല്ല, നിരൂപണത്തിലാണ് പറയേണ്ടത് എന്ന് എനിക്കറിയാം. എങ്കിലും ഇവിടെ സൂചിപ്പിച്ചത്, സ്വന്തമായി ചിലത് തനിയ്ക്കു പറയാനുണ്ട് എന്ന ചിന്ത ശ്രീജയുട കവിതകൾ ഓർമ്മിപ്പിച്ചതുകൊണ്ടാണ്. ഒറ്റ ഉദാഹരണം E- ഓണം എന്ന കവിത- പുതിയ കാലത്തെ ഓണം കച്ചവടം കയ്യടക്കിയിരിക്കുന്നു. ഓണക്കോടി നോക്കി മുത്തശ്ശി പറഞ്ഞത്, E- ഓണം എനിക്കുവേണ്ട. ഈ കോടി കൊണ്ട് എന്ന് പുതപ്പിച്ചോളൂ എന്നതാണ്. ഓണസങ്കല്പത്തിലെ ഗൃഹാതുരത്വത്ത പറ്റി വർഷാവർഷം ഒട്ടനവധി കവിതകൾ (പദ്യങ്ങളും) നമുക്കു കിട്ടുന്നുണ്ട്. പക്ഷേ ശ്രീജയുടെ E- ഓണത്തിന്റെ ശക്തിയും അതിൽ സ്ഫുരിക്കുന്ന കണ്ണീർ നനവാർന്ന പരിഹാസവും അതിശക്തം തന്നെയാണ്. ചാറ്റിങ്ങും, ചീറ്റിങ്ങും തമ്മിലുള്ള ബന്ധവും ഈ കാഴ്ചയുടെ മുന്നിൽ സ്വാഭാവികമായി വിരിയുന്ന ദൃശ്യമാണ്. കനൽച്ചീളുകളിൽ കുഞ്ഞുണ്ണി മാസ്റ്ററുടെ ശിഷ്യയെ ശ്രീജയിൽ തന്നെ കണ്ടെത്താൻ ഒരു പ്രയാസവുമില്ല. 'കവിതയിൽ ഒരു വിത'യുണ്ട്. എന്നു പഠിപ്പിച്ച ആചാര്യനാണ് കുഞ്ഞുണ്ണിമാസ്റ്റർ എന്നോർക്കുക. 'വെണ്ടപ്പൂവിന്റെ ചങ്ങാതി' യിൽ കവയത്രിയുടെ നേരമ്പോക്ക് കറുത്ത സത്യത്തെതന്നെയാണ് സ്പർശിക്കുന്നത്. ബാല്യത്തിൻ വഴിവക്കിൽ നട്ട കവിതതൻ മണിമുത്തുകൾ പല രചനകളിലും മുളപൊട്ടി ഇലവിരിയാൻ സന്നദ്ധമാണ് എന്നത് ആഹ്ലാദം തരുന്നു.

ശ്രീജയുടെ രചനകളിൽ അല്പമൊന്നു ശ്രദ്ധിച്ചാൽ തിളങ്ങുന്ന കല്പനകൾ ഏറെയുണ്ട്. അതുകൊണ്ടാണ് ഞാൻ ഓർമ്മിപ്പിക്കുന്നത് എത്ര കവിതയെഴുതി എന്നതല്ല പ്രധാനം എഴുതിയതിൽ

എത്ര കവിതയുണ്ട് എന്നതാണ് പ്രധാനം. ധാരാളം എഴുതുക പ്രതിഭയുടെ ഒരു ലക്ഷണം തന്നെയാണ്. പണ്ടത്തെ രചനാരീതി വെച്ചു നോക്കിയാൽ ആശാൻ കുറച്ചേ എഴുതിയിട്ടുള്ളൂ. വൈലോപ്പിള്ളിയും, കക്കാട്ടും ബാലചന്ദ്രനും എഴുത്തിന്റെ പെരുപ്പം കൊണ്ടല്ല ഉൾക്കനം കൊണ്ടാണ് വലിയ കവികളായത്. എഴുതുക, തിരുത്തുക, വീണ്ടും എഴുതുക അങ്ങനെ ചെയ്താൽ. എനിയ്ക്കു സംശയമൊന്നുമില്ല, അനതിവിദൂരഭാവിയിൽ 'എന്നുടെ ഒച്ച കേട്ടുവോ വേറിട്ട്' എന്നു ചോദിക്കാനുള്ള കരുത്ത് ശ്രീജയ്ക്ക് കിട്ടും. അതിനിടവരട്ടെ എന്ന പ്രാർത്ഥനയോടെ കവയത്രിയ്ക്ക് മംഗളം നേരുന്നു.

കടലിൽ നിന്നൊരു തുള്ളി

നിലയ്ക്കാത്ത ഒരു കലടിരമ്പുന്നുണ്ട്,
ഓരോ ഹൃദയത്തിലും.
ചിലപ്പോഴൊക്കെ, തിരകളുടെ കാൽപെരുമാറ്റം,
എന്റെ ഉറക്കം കെടുത്താറുണ്ട്.
നരകൾ തികട്ടി ഹൃദയം കവിയുമ്പോൾ...
മിഴികൾ അവ കോരിയോട്ടുത്ത്,
കടൽതുള്ളികൾക്ക് പുനർജ്ജന്മം നൽകും
മിഴിത്തുള്ളികൾക്ക് കടലിന്റെ ഛായയാണ്.
രണ്ടിലുമുണ്ട് ജീവന്റെ ഉപ്പ്.
കടൽപ്പരപ്പിനോട് കണ്ണുകൾ
കോർക്കുമ്പോൾ തോന്നും,
ഓരോ മിഴിയും കടൽത്തുള്ളികളെ നൊന്തുപെറ്റ്
പെരുകിയാണ് തിരയൊടുങ്ങാത്ത,
ഈ കടൽ വളർന്നതെന്ന്.

കണക്ക്

കണക്കിനോടെനിയ്ക്ക് പിണക്കമാണ്.
ബാല്യത്തിൽ കുസൃതിക്കളികളിൽ,
കൂട്ടുകാർ പറഞ്ഞതത്രയും കള്ളക്കണക്കാണ്.
പഠിക്കാനെടുത്ത കണക്കിനെ ഭയത്തോടെ നോക്കി.
അത്... കറുത്ത കണ്ണടയ്ക്കുള്ളിലെ
മറഞ്ഞ കണ്ണായ്,
വിളഞ്ഞ ചൂരലിന്റെ ചൂടുള്ള പ്രതലമായ്,
വിളർത്ത കൈവെള്ളയിൽ വീണ
ചുവന്ന വരയായ്
മിനുത്ത ചോദ്യക്കടലാസിൽ ഇറ്റിയ,
ഉഷ്ണത്തിൻ വിയർപ്പായ്,
മസ്തിഷ്കം ഊതിപ്പുകച്ച നനഞ്ഞ വിറകായ്.
എന്റെ അധ്യയനം ഞെരുക്കി നോവിച്ചട്ടഹസിച്ചു.
പഠനവഴിയിൽ അന്നേ ഞാനതുപേക്ഷിച്ചിട്ടും
നിശബ്ദം അതെന്നെ നിഴൽപോലെഅനുഗമിച്ചു
കടമെടുക്കുമ്പോൾ ഹൃദയതാളത്തിൽ അളവുകൂട്ടിയും
സ്നേഹിയ്ക്കപ്പെടുമ്പോൾ എണ്ണാനാവാതെയും,
ഹൃദയഭിത്തിയിൽ അതേ കണക്ക്
ചിതറിത്തെറിച്ചു.
ഭാവിക്കണക്കെനിയ്ക്ക് സ്വപ്നങ്ങൾ പകുത്തു നൽകി
കൗമാരപ്പാലകയിൽ ഞാനത് ഗുണിച്ചു പഠിച്ചു.
ഒടുവിലത്രയും കുറയ്ക്കേണ്ടിവന്നു
യൗവ്വനപാതയിൽ വെച്ചാണത് ഹാരകമായത്.
ഇനി ഹരണഫലം...
അതുമൊരുപക്ഷേ...
ജീവിതം പോലെ ശിഷ്ട ശൂന്യമായേക്കാം

തറവാട്

ഞാറ്റുവേലകൾ ഒലിച്ച്,
പാട്ടുവീണ കണ്ടനിടവഴി
കള്ളിമുള്ളുകൾ കാവൽ നിൽക്കുന്ന,
വായടയ്ക്കാത്ത വേലിപ്പൊത്തുകൾ.
മഞ്ഞുകടിച്ചുളുങ്ങിയ പുൽനാമ്പുകൾക്കിടയിൽ
ഭിത്തിയെ കെട്ടിപ്പിടിച്ച പച്ചപ്പായലുകൾ.
ഒറ്റയ്ക്കും, അല്ലാതെയും നടന്നു പോയവരുടെ
മൗനത്തിലും, ശബ്ദത്തിലും,
ഉറങ്ങിയും, ഉണർന്നും,
കുറെ തൊട്ടാവാടിച്ചെടികൾ.
ആവഴി... അങ്ങനെ താഴോട്ട്...
എന്റെ ബാല്യവും, കൗമാരവും ചുമന്ന്,
തേഞ്ഞ് നിരതെറ്റിയ പല്ലുകൾപോലെ ചെങ്കൽപ്പടവുകളും,
പിന്നെ... പുളിപ്പും മധുരവും വിളമ്പിയ മൂവ്വാണ്ടനും,
കിളിച്ചുണ്ടനും ഊഞ്ഞാൽക്കയർ മുറുകി,
പാട്ടുവീണ കൈകളുമായി വരിയ്ക്കപ്ലാവ്.
തുളസിത്തറയിലെ കൽവിളക്കിൽ നിന്നും ഒഴിഞ്ഞുമാറി,
ആകാശവഴിയിലേയ്ക്ക് പോയ മുല്ലവള്ളി,
വെയിലുരുകിവീണ് പൊള്ളിയടർന്ന ചാരുപടി.
പൂമുഖത്തിനുനേരെ, അമ്മയുടെ ഓർമ്മകളിൽ
തളർന്നുറങ്ങുന്ന തെയ്യൽ മെഷീൻ.
ചുവർമൂലയിൽ.... പലമുഖങ്ങളിൽ ഒരേ ഭാവത്തോടെ,
ആർക്കും ശല്ല്യമില്ലാതെ കുറേ ദൈവചിത്രങ്ങൾ.
ഇടവപ്പാതി പ്രഹരിച്ച് ക്ഷതമേൽപിച്ച ഇടനാഴി
ചിതലുകൾ ചിത്രം വരച്ച് പഠിക്കുന്ന,
വ്രണമുണങ്ങാത്ത മച്ചിൻപുറം

പാറ്റകൾ പരക്കം പായുന്ന,
ഓണക്കുലകൾ കറുത്തുപോയ,
അറപ്പാത്തായം.
ഗോവണിയ്ക്കു താഴെ തൈലം വീണ്
മിനുത്ത തടിക്കട്ടിൽ.
കരിക്കലം തൂങ്ങിയാടുന്ന,
പുകഞ്ഞും, പുകയാതെയും,
അച്ഛമ്മയുടെ കണ്ണുനിറച്ച,
കരിപിടിച്ച അടുക്കള
അവിടെ നിന്നും കടന്നാൽ...
മിഴിയും വഴിയും പുറത്തേയ്ക്ക്...
ഒന്നു തിരിഞ്ഞുനോക്കാനിടതരാതെ,
കാലം കൈപിടിച്ചു വലിക്കുമ്പോൾ...
മരണക്കിടക്കയിൽ കിടന്ന്,
കണ്ണീരിലൂടെ ചിരിച്ച്...
അവസാനശ്വാസം വലിച്ചു
എന്റെ തറവാട്....

കസേരകളി

ഒഴിഞ്ഞ കസേരകൾക്ക് ചുറ്റും...
ആരൊക്കെയോ ഓട്ടത്തിലാണ്.
കാലം മണിമുഴക്കിക്കൊണ്ടിരിക്കുന്നു...
ഇരുന്നവർ ചിരിച്ചുകാണിച്ചു.
ഇരിക്കാത്തവർ ഇളിച്ചുകൊണ്ട് പല്ലു ഞെരിച്ചു.
ഇനിയും ഓട്ടം... ലക്ഷ്യം... ശേഷിച്ച കസേര.
ഓരോ വട്ടവും ഓരോരുത്തർ പുറത്ത്.
ഒടുവിൽ....
പുറത്തായവർ ചേർന്നൊരു സംഘടന പണിത്,
കസേരക്കാരനെ നോക്കി.
ആദ്യം കൊഞ്ഞനംകുത്തി.
പിന്നെ കുത്തിച്ചാടിയ്ക്കാനൊരു ശ്രമം
അതും കഴിഞ്ഞ് പരസ്പരം കുത്തിക്കളിച്ചു.
കാണികൾ പിരിഞ്ഞിട്ടും കളി പിരിഞ്ഞില്ല.
ഒന്നോർക്കുമ്പോൾ, മുന്തിരിയുപേക്ഷിച്ച കുറുക്കന് മര്യാദയുണ്ട്
കുറ്റം പറഞ്ഞാലും ഒടുവിലവൻ തിരിഞ്ഞു നടന്നല്ലോ.
പക്ഷേ... കസേരക്കളി
അത് തുടർന്നു കൊണ്ടേയിരുന്നു.

പരിണാമം

കുരങ്ങുകൾ...

നാലുകാലിൽ നടന്ന്,
മരത്തിലുറങ്ങി.
പിന്നെ... ഗുഹയിലേയ്ക്കിറങ്ങിവന്ന്...
ചിരിച്ചും... കരഞ്ഞും...
ചരിത്രത്തിലൂടെ നടന്ന് നടന്ന്
നടന്നതിനിടയിലെപ്പോഴോ
വാലുമുറിഞ്ഞപ്പോൾ
ഒടുവിൽ... മനുഷ്യനായി.

മനുഷ്യൻ...

വീണ്ടും കരഞ്ഞ്, ചിരിച്ച്,
തിന്ന്, കൊന്ന്
നിർവികാരനായി നടന്ന് നടന്ന്
ഹൃദയമില്ലാതാവുമ്പോൾ...
ആരായിമാറുമെന്നാർക്കറിയാം?

പുനർജ്ജന്മം

തിരയുന്ന ബാല്യത്തിൻ വഴിവക്കിൽ ഞാൻ നട്ട,
കവിത തൻ മഞ്ചാടിമണിമുത്തുകൾ.
കണ്ണൻ ചിരട്ടയിൽ ആരെ വിരുന്നൂട്ടി,
മണ്ണപ്പം ചുട്ട, ഇളം കരങ്ങൾ.
പ്ലാവിലത്തൊപ്പിയിൽ രാജാവും, റാണിയും,
അന്നാ മനസ്സിൻ അരങ്ങുവാഴ്കേ...

ചിട്ടയില്ലാതെ ചിതറിയ വാക്കിന്റെ,
അർത്ഥം തിരഞ്ഞു നടന്ന കാലം.
വേഷപ്പകർച്ചയിൽ പാവതൻ അമ്മയായ്,
ട്ടവാല സാരി ഞൊറിഞ്ഞുചുറ്റി.
വരിയറിയാത്തൊരു താരാട്ടു പാട്ടൊന്നു
തനിയെ മൂളിക്കൊണ്ട് തൊട്ടിലാട്ടി.
അക്ഷരച്ചേർച്ചയിൽ വാക്കുകൊരുത്തുകൊണ്ടദ്ധ്യാ-
പനത്തെയനുകരിയ്ക്കേ...

ചുറ്റിലും ട്ടണുകൾ ശിഷ്യഗണങ്ങളായ്
തെച്ചിവടിയുടെ ചൂടറിഞ്ഞു.
പച്ചമണ്ണിൽ വീണ നീർമുത്തു ഗന്ധത്തിൽ
പിച്ചവെച്ചോടി നനഞ്ഞ ബാല്യം.
കൗമാരക്കണ്ണുകൾ കാണാക്കിനാവിന്റ
കവിതാപരാഗം പുണർന്നുറങ്ങി
കടലാസു നൗകയിൽ ട്ടഴഞ്ഞുപോയ യൗവ്വനം
കരയറിയാതെയുലഞ്ഞു നീങ്ങി.
അനുഭവച്ചീളുകൾ ഹൃദയം മുറിച്ചെന്റെ
വഴിയിൽ നിണപ്പാട്ടുവീഴ്ത്തി നിന്നു.

ഗതിമാറും ജീവിതപ്പുഴതൻ ഒഴുക്കിന്റെ
എതിരെ നിന്നീടുവാനാകാതെ താഴവേ
പിടിവള്ളി നീട്ടി, ആ കവിതയെൻ കരളിന്ന്
വിലനൽകി ജീവൻ തിരിച്ചുതന്നു.

മേഘത്തിന്റെ മിഴികൾ

ആകാശനാട്ടിൽ നിന്നും വർഷം
വിരുന്നെത്തിയപ്പോഴൊക്കെ,
ശപിച്ചും, ചിലപ്പോൾ ത്രസിച്ചും,
പാത്രങ്ങൾ മൂടി ഏവരും സൊറ പറഞ്ഞിരുന്നു.
അഥിതിയോ...
ഇരിയ്ക്കാനിടമന്വേഷിച്ച് അലഞ്ഞുനടന്നു.
തോട്ടും, പുഴകളും, രോഗികളായതും,
കുന്നുകൾ ഇറങ്ങിയോടി, വയലിന്റെ വായടച്ചതും,
മരങ്ങളെല്ലാം മുണ്ഡനം ചെയ്ത്
നാടുകടന്നതും,
മുട്ടൻ മലകളെ ഒറ്റക്കയ്യൻ രക്ഷസ്സ് വിഴുങ്ങിയതും
പരൽമീനുകൾ വിഷം കഴിച്ച് മരിച്ചതും,
പക്ഷികൾ പ്ലാസ്റ്റിക് കാഷ്ഠിച്ചതും
കണ്ടുനിന്ന കാർമേഘത്തിന്റെ കണ്ണുതള്ളി.
ഒടുവിൽ...
വിരുന്നുകാരി മുടിയഴിച്ച്,
എല്ലാത്തിന്റെയും മുകളിൽ...
സത്യാഗ്രഹമിരുന്നു
പിന്നീട്...
ആരോടും പറയാതെ
കടലിനോട് കൂട്ടുകൂടി
ഏവരും...
തൊണ്ട പൊള്ളിയപ്പോഴാണ്,
ചണ്ടി മൂടിയകുളം തിരഞ്ഞത്.
അപ്പോഴേയ്ക്കും കാർമേഘം,
ഉറക്കം നടിച്ച് കിടന്നിരുന്നു.

അടുക്കളയിലെ അനുകരണപാഠങ്ങൾ

അടുക്കള സഭയിൽ...
പരിപ്പിനൊപ്പം, പരദൂഷണം വേവിച്ച്,
പണ്ടേതോ അമ്മയും മകളും
ചീരയ്ക്കൊപ്പം നണകളരിഞ്ഞ്,
മകൾ മികവുകാട്ടി.
അനുകരണപാഠങ്ങൾ,
വറുത്തതേങ്ങയ്ക്കൊപ്പം
അക്കമിട്ട് പഠിപ്പിച്ച്,
അമ്മ...
പട്ടുപാവാട തുന്നി അങ്ങേലമ്മിണിയ്ക്ക്,
നീയും വാങ്ങിയ്ക്കണം അച്ഛനോടു പറഞ്ഞ്.
അമ്മിണി മേക്കാതും, മൂക്കും കുത്തി.
കുത്തേണ്ടേ നിനക്കും?
അതുപോല പാട്ടുപാടണം, കൂടെ നാട്യവും
നിനക്കും വേണം. അമ്മിണിയുടെ ഇഷ്ടങ്ങൾ.
കണ്ണെഴുത്ത്, പൊട്ടുകുത്ത്, മുടി, തടി
എല്ലാം സാമ്പാറുകഷ്ണങ്ങൾക്കൊപ്പം കലത്തിലേയ്ക്ക്
അമ്മിണിക്കവിതകൾ പോലെ
എഴുതണം, നീയും കവയത്രിയാവണം
അങ്ങനെ... അമ്മിണിയ്ക്ക് പഠിച്ച് ആളാവണം
കറി തിളയ്ക്കുന്ന ആവിയിൽ മകളുടെ സത്യപ്രതിജ്ഞ
'അവളേക്കാൾ ഒരു പടി മുന്നോട്ടാവും ഞാൻ'
സംതൃപ്തിയുടെ തീ വെട്ടത്തിൽ
തിളങ്ങുന്ന അമ്മക്കണ്ണുകൾ...
'കല്ല്യാണമായി അമ്മിണിയ്ക്ക്,
പിറകെ നിനക്കും

അതിലും മികച്ചത്'...
കല്ല്യാണസ്വപ്നങ്ങളിൽ മുഴുകിക്കൊണ്ട് അമ്മ.
പിറകെ വന്നു,
കടുക് പൊട്ടുന്ന താളത്തിൽ,
മകളുടെ വാക്കുകൾ
മിടുക്കി ഞാനായിപ്പോയി,
അമ്മയറിയാതെ അക്കാര്യം
ഞാൻ നേരത്തെ കഴിച്ചു
ആയുസ്സിൽ ആത്മാർത്ഥമായി ഞെട്ടിയത്,
അമ്മ അന്നായിരുന്നു.

തിരനോട്ടം

മനസ്സ് ആലിലയാവുമ്പോൾ,
ചുവടുകൾക്ക് താളം പിഴയ്ക്കുന്നു.
നേത്രങ്ങൾ മരുഭ്രമിയാവുമ്പോൾ,
വിഷാദം മരുപ്പച്ചയാവുന്നു.
ഹൃദയഭാഷയ്ക്ക് ലിപികളില്ലാതാവുമ്പോൾ,
സ്നേഹത്തിന് പ്രതീകമുണ്ടാവുന്നു.
സ്വപനങ്ങൾക്ക് പരിധിയില്ലാതാമ്പോൾ,
വിരസതയ്ക്ക് അർത്ഥങ്ങളുണ്ടാവുന്നു.
പക്ഷേ... തിരിച്ചറിവിന്റെ പാഥേയമുണ്ടുറങ്ങുന്നവന്,
എല്ലാം നൈമിഷികപരിണാമങ്ങൾ മാത്രം
യാഥാർത്ഥ്യങ്ങളുടെ പഴതാരക്കുത്തേറ്റു പുളയുമ്പോൾ
(അ)സത്യങ്ങളുടെ കാട്ടുതീ പല്ലിളിക്കുന്നു.
അധികാരക്കൊടുങ്കാറ്റിൽ അശരണരുടെ നിലവിളി മുഴങ്ങുന്നു.
ദുർബലരുടെ പച്ചമാംസം ആയുധധാരിയുടെ കാൽകീഴിൽ
ചോര നുണഞ്ഞ് ആർത്തിപൂണ്ട്, മതനാവുകൾ
വീണ്ടും നായാട്ടിന്റെ കാഹളം മുഴക്കുന്നു.
മറ്റൊരു ചരിത്രത്തിന്റെ തിരനോട്ടം
ഒരു പക്ഷേ.. ഇതൊക്കെത്തന്നെയാവാം.

കടം

മൗനത്തിൻ വഴിത്താരയിൽ
വീണടിഞ്ഞമോഹങ്ങൾ
സൗഹൃദത്തിന്റെ നിറങ്ങളിൽ കുളിച്ച്
പ്രണയത്തിന്റെ മാന്തോപ്പിലേയ്ക്ക്
ക്ഷണിയ്ക്കാതെ വന്നു.
ഒരു മാമ്പൂ പോലും പൊഴിയ്ക്കാതെ,
ഉറക്കമൊഴിഞ്ഞ്, വിശപ്പടക്കി
കാറ്റിനുപോലും വിട്ടുകൊടുക്കാതെ,
ക്ഷമയോടെ കാവൽ നിന്നു
അനുവാദമില്ലാതെ, ഒരിതൾ പോലും...
ദാഹിച്ചിരുന്നിട്ടും, ഒരു കനിപോലും...
ഇല്ല... അതുകൊണ്ട് തന്നെ നീയെന്ന വണ്ട്
എന്റെ അദ്ഭുതങ്ങളിലൊന്നായിരുന്നു.
കൂടെ സ്വകാര്യ ധൈര്യവും
വേദനിപ്പിച്ചവരെ വെറുപ്പോടെയും
സാന്ത്വനിപ്പിച്ചവരെ മതിപ്പോടെയും
നിൻ ഓർമ്മ തൻ വീഥിയിൽ നിരത്തുമ്പോൾ
എനിയ്ക്കുള്ള സ്ഥാനം?...
എന്റെ ഓർമ്മകളിൽ....
ആശ്വാസത്തിന്റെ പേമാരിയായി നീ...
നിനക്കു പകരം കിട്ടിയതെൻ വ്യഥതൻ
പൊള്ളും കനൽക്കട്ടകൾ...
ഇപ്പൊഴും ശപിയ്ക്കുന്നു ഞാൻ.
ഞാനറിയാതെ നീ കടമെടുത്ത 'എന്റെ ഹൃദയത്തെ'

ഓർമ്മകൾ

ഭൂതകാലത്തിലെങ്ങോ ചക്രവാളം
തേടിപ്പോയ ബാല്യം
വെളുത്ത മനസ്സും,
മഞ്ചാടിമുത്തും, വളപ്പൊട്ടുകൾക്കൊപ്പം
കാണാക്കയത്തിലെവിടെയോ...
എന്നോ കൊഴിഞ്ഞ മാമ്പൂക്കൾ തിരയുമ്പോൾ
നിരാശയുടെ ഗന്ധം
പഴകിയ പുസ്തകത്താളിൽ, നിഷ്ക്കളങ്കതയുടെ
മയിൽപ്പീലിത്തുണ്ട്.
കറപുരളാത്ത കപോലത്തിൽ പതിച്ച
വാത്സല്യത്തിന്റെ ചുംബനമുദ്രകൾ
വിഷുക്കണിയ്ക്കുമുമ്പിൽ, വെറ്റിലയിൽ തിളങ്ങിയ
കാലുറുപ്പിക.
പൂവട്ടിയിൽ, ഞെരിഞ്ഞമർന്ന ഓണപ്പൂക്കൾ
ഉറക്കമിളച്ച്, മുറുക്കി ചുവപ്പിച്ച ചുണ്ടുകളെ വിറപ്പിച്ച
തിരുവാതിരക്കാറ്റ്
മഴയുടെ താളത്തിനൊപ്പം നണഞ്ഞ
ചക്കരച്ചായ
എല്ലാം ഓർത്തെടുക്കുമ്പോൾ...
ഓർമ്മകളെന്നെ മനോരോഗിയാക്കുന്നു.

ഇതൾനാളം

അമ്മഭ്രൂവിൻ ഗർഭപാത്രത്തിൽ നിന്നും
നന്മയായ് മിഴിതുറന്ന പെൺ പൂവ്വേ...
ഇവിടെയുണ്ടിത്തിരി വിസ്മയക്കാഴ്ചകൾ
കറുത്ത സത്യങ്ങൾ തൻ വേറിട്ടഭാവങ്ങൾ
ഇവിടെയുണ്ടൊത്തിരി നാമങ്ങൾ, നിൻ
ഗുണഗണങ്ങൾക്കുമേൽ മാറ്റുരച്ചീടുവാൻ
മനുവിൻ ദേവതാരൂപമായ്, ഇളയായ്, നിളയായ്
ജന്മപുണ്യത്തിന്റെ നീരൊഴുക്കായ്
പിതാ-ഗുരുക്കന്മാർക്കു മുമ്പേ നടന്ന മാതാവെന്നമൊഴിയായ്
സുമമായ്, സുമംഗലിയായ്
അമൃതേകുമലിവിന്റെ കുംഭമായ്
ജനിമൃതിയിലൂടൊഴുകുന്ന മാതൃത്വമായ്
പതിയെ ഇതൾ വിടർത്തീടുക...
ഇളം ചോരനുണയുന്ന, കുറുനരികൾ മേയുന്ന
കപടലോകത്തേയ്ക്ക് കൺമിഴിച്ചീടുക.
അവിടെ...
പിച്ചവെച്ചീടും കൊലുസിട്ട പാദത്തിൻ,
പച്ചമാംസത്തിനായ് വരിയിൽ നിൽക്കുന്നവർ
ചിത്തഭ്രമത്തിൻ വ്രണപ്പാട്ടു കണ്ടിട്ടും,
പട്ടുസാരിത്തുമ്പ് വിടാൻ മടിപ്പവർ
സീമന്തരേഖതൻ കുങ്കുമച്ചേർച്ചയിൽ
പൊന്നുരച്ചുതി മാറ്റു നോക്കുന്നവർ
തെരുവിൽ മയങ്ങുന്ന ജന്മശാപങ്ങൾ തൻ
നിലവിളികൾക്കുമേൽ ആണിയടിപ്പവർ
ഉരുളുന്ന വണ്ടികൾക്കുള്ളിൽത്തുടിയ്ക്കുന്ന
കരൾ തിന്ന് സ്വന്തം വിശപ്പടക്കുന്നവർ

പാളങ്ങളിൽ വീണുണങ്ങുന്ന ചോരതൻ
ചൂരൊട്ടുങ്ങുംവരെ വാർത്ത തേടുന്നവർ.
കണ്ണീരുവറ്റിയ ഹൃദയത്തിനാഴത്തിൽ
ക്യാമറക്കൈകളാൽ പാറപൊട്ടിപ്പവർ
ആസിഡുപാത്രത്തിൽ പ്രണയവുമായ് വന്ന്
ആദ്യാനുരാഗത്തിൻ മുദ്ര ചാർത്തുന്നവർ
ജരവന്നു ഞൊറിവീണ കരതലത്തിൽ പോലും
ബാക്കിയാം ജീവന്റെ പങ്കു തേടുന്നവർ
കണ്ണു പൊള്ളിയ്ക്കുന്ന കാഴ്ചകൾക്കുള്ളിലും
കനൽതിന്ന് ജീവന്റെ പട്ടിണി മാറ്റുവോർ...
ഇവിടെയൊരമ്മയുടെ, പുത്രിയുടെ, കൂടപ്പിറപ്പിന്റെ
വ്യഥകൾ ചുമന്നോടി കാലം കിതയ്ക്കവേ...
മിഴിതുറന്നീടുക പെൺപൂവേ
ഇനിയുമീ കലിയടങ്ങാത്തയുഗത്തിന്റെ കൈകളിൽ.
ഉണരുക, ഇതളുകൾക്കുള്ളിൽ നിന്നും
തിരിച്ചറിവിന്റെ ഒരുകോടി പരാഗരേണുക്കളായ്...
ജ്വാലാമുഖിയായുണരുക.
ഉരുകുന്ന ലാവകണങ്ങളായൊഴുകുക
ഇരുൾ വീണവഴിയിലൂടനന്തമായ്,
അണയാത്ത വെട്ടമായ്
മരിയ്ക്കാതെയൊഴുകുക...

നന്ദി

കൃതജ്ഞതയുണ്ടെനിയ്ക്ക്
സൃഷ്ടിച്ച ശക്തിയോടിപ്പൊഴും
വിഷാദം കലക്കിയതടാകത്തിൽ
തുഴയില്ലാത്ത പാഴ്‌വഞ്ചിതന്നതിന്
സ്നേഹത്തിൻ ചില്ലലമാരയിലെ
കളിപ്പാട്ടമായ് പ്രദർശിപ്പിച്ചതിന്
മണ്ണപ്പം ചുട്ടകരങ്ങളെ,
കണ്ണുനീർകൊണ്ട് കഴുകാൻ പഠിപ്പിച്ചതിന്
തണൽമരം വിട്ട് തീച്ചൂടിലേയ്ക്കിറങ്ങുമ്പോൾ,
പൊള്ളിയമനസ്സിനെ സാന്ത്വനിപ്പിച്ചതിന്
ഒരായുസ്സിന്റെ അനുഭവചിത്രം,
യൗവ്വനത്തിൽത്തന്നെ വരച്ചുപൂർത്തിയാക്കിയതിന്
കാരുണ്യപ്രവാഹത്തിലൂടൊഴുക്കി
കടപ്പാടിന്റെ മുൾവേലിയിൽ സുരക്ഷ നൽകിയതിന്
നന്ദി രേഖപ്പെടുത്തുന്നു ഞാൻ
സർവ്വോപരി എന്നെ ഞാനാക്കിയതിന്.

കറുപ്പ് വെട്ടം

വെളുത്തതാളിൽ പിടഞ്ഞുവീണ
കരിമഷിയിൽ വിരിഞ്ഞത്
നിറമുണരാത്ത അക്ഷരപ്പൂക്കളായിരുന്നു.
അതിൽ ജീവിതചായം തിരിഞ്ഞു വലഞ്ഞു
കാഴ്ച പോയ മനസ്സ്
ഹൃദയകാൻവാസിൽ വള്ള പൂശിയിട്ടും...
വെളുക്കാൻ കുളിച്ച കാക്കക്കഥപോലെ,
എത്ര തേച്ചിട്ടും അത് കറുത്തുകൊണ്ടേയിരിക്കുന്നു.
മഴവില്ല് ചിരച്ച ബാല്യവും, ചുവപ്പ് ജ്വലിച്ച കൗമാരവും
സൂര്യകാന്തിമഞ്ഞയിൽ വിരിഞ്ഞ പ്രണയവും
നനുത്ത ത്തുവൽപോലെ ചുറ്റിലും പാറിവീണപ്പോൾ
കിനാപ്പച്ച പുതച്ച് യൗവ്വനം മുറിവുകെട്ടി.
കടും നീലയുടുത്ത കടൽഞൊറികളിൽ
സ്നേഹത്തിൻ വേലിയേറ്റങ്ങൾ നര തികട്ടിയപ്പോൾ
തീരത്തെ തടശിലകളിലവ സ്വയം ശിരസ്സുതല്ലി-
പിന്നെ കടൽപ്പരപ്പിലേക്കു തന്നെ തിരിച്ചുപോയി.
അപ്പോഴൊക്കെ കരയുടെ മിഴികൾക്ക്
നിരാശപരന്ന ചാരനിറമായിരുന്നു.
വെയിൽ വെള്ളയിലെ നിറ വൈവിധ്യങ്ങൾ
ഇരുൾക്കറുപ്പിൽ കൂട്ടമായൊളിയ്ക്കുമ്പോൾ
എല്ലാ നിറങ്ങളും വിഴുങ്ങി അത് വളർന്ന് വലുതാവുന്നു.
പിന്നെ... ഉറക്കമിളച്ച് വെളിച്ചത്തിന് കാവലിരുന്നപ്പോൾ
തിരിച്ചറിവുകൾ പ്രഹരിച്ചുകൊണ്ടേയിരുന്നു
എന്നിട്ടും... ജീവിത വരകൾക്ക് ചായംകൊടുക്കാൻ
കാത്തിരിയ്ക്കുകയാണ്...
നിഴൽക്കറുപ്പ് സ്വന്തം നിറത്തിനെന്നപോലെ

ഇളന്നീർക്കഥ

പ്രണയം
അത്... കണ്ണ് ചൂഴ്ന്ന്,
ഒരുമിച്ചാസ്വദിച്ചുകുടിച്ച ഇളന്നീരുപോലെ
ഒരേ നീർത്തുളയിൽ,
ഇരുകുഴലുകൾ ഞെരുങ്ങിയിരുന്ന്,
ഹൃദയദാഹത്തിനുമുന്നിൽ,
പങ്കാളിയ്ക്കായി തോറ്റുകൊടുക്കുന്നതിലെ,
മധുരം നുകർന്ന് നിൽക്കേ
നീരുവറ്റിയ ഇളനീർ, കുതറിയോടാൻ
വെമ്പുമ്പോഴും,
രുചിയൊടുങ്ങാത്ത പ്രണയത്തെ,
മുറുകെപ്പിടിച്ചത് അന്നായിരുന്നു.

ജീവിതം...
കുടിച്ചുതീർത്ത ഇളന്നീർ
നടുപിളർത്തി രണ്ടാക്കി.
കാമ്പു ചുരണ്ടി തിന്ന്, വെയിൽ വഴിയിലേയ്ക്ക്
തള്ളി നീക്കിയപ്പോൾ...
മണലുപറ്റി മുഷിഞ്ഞുങ്ങി,
തളർന്നുകിടക്കുന്നു.
എവിടെയോ വലിച്ചെറിഞ്ഞ
ഇളന്നീരിൽ, പണ്ടത്തെ തോൽവിയുടെ
അർത്ഥപുസ്തകം തിരയുമ്പോൾ
തിരിച്ചറിയുന്നു.
ഓർമ്മകളിലെ ഇളന്നീർമധുരം
ഒരിക്കലും വറ്റുന്നില്ലെന്ന്.

ജീവശേഷിപ്പ്

അന്നുഞാനൊരു മാംസപിണ്ഡമായിരിയ്ക്കെ
ഇരുളിന്റെ നനവിലെവിടെയോ,
നിൻജീവശ്വാസം പങ്കിട്ടുറങ്ങി.
നീ ഭുജിയ്ക്കുമ്പോൾ ഭുജിച്ചും, ചിരിയ്ക്കുമ്പോൾ ചിരിച്ചും
തപിയ്ക്കുമ്പോൾ കരയാതെ കരഞ്ഞും
ഞാൻ ചുരുണ്ടിരുന്നു
ചുമന്ന ഭാരത്തെ പഴിയ്ക്കാതെ നീ
നിർവൃതിതൻ കുടിനീരിറക്കി,
ഉള്ളാലെന്നെത്തലോട്ടുമ്പോഴും
ഞാനാ സുരക്ഷയിൽ ഉറങ്ങിയും ഉണർന്നും ഇരിക്കേ
അലറിക്കരഞ്ഞൊരിയ്ക്കൽ നീ,
അകലുകയായിരുന്നപ്പോൾ ഞാൻ നിന്നിൽ നിന്നും
ഒടുവിൽ....
ഉള്ളിലൊളിപ്പിച്ച ജീവനിധിതൻ കടാക്ഷത്തിൽ
ഉള്ളാലെ നോവിനെ സ്വർഗ്ഗമായ് മാറ്റിയും,
ഒന്നായിരുന്നത് രണ്ടായ് പിളർത്തി നീ
ഈ ലോകദൗത്യം പൂർത്തീകരിച്ചതും
മാതൃത്വത്തിന്റെ നിർവൃതിയിൽ ക്ഷീണമൊളിപ്പിച്ച്
തളർന്നു ചിരിച്ചതും...
എന്തിനായിരുന്നു...
എനിക്ക് ചിറകുകൾ മുളയ്ക്കുമ്പോഴേക്കു നീ മുൻപേ പറക്കു
മെന്നോർത്തില്ലഞാനന്ന്
വേർപ്പെട്ടുപോരുമ്പോൾ
അന്നു ഞാനവിടെപിടിവിടാതിരുന്നെങ്കിൽ
കാണാത്ത ലോകത്ത് നിന്നോട്ടുകൂടെ
അല്ലലേതുമില്ലാതെ നമുക്കുറങ്ങാമായിരുന്നു

വാലന്റെയിൻസ് ഡേ

അന്ന്...
ഓർമ്മകൾക്ക് നാശമില്ലാതിരുന്നപ്പോൾ,
ഓർക്കാനൊരു ഡേ വേണ്ട.

ഇന്ന്...
മരിയിക്കുന്ന ഓർമ്മകള ഉണർത്താൻ
ഡേ- കൂടിയേതീരൂ.
സ്നേഹമൊരു ഡേയിലൊതുങ്ങുമ്പോൾ,
തന്റെ കാമുകിയെ (കാമുകനെ)തിരിച്ചറിഞ്ഞത്,
വാലന്റെയിൻ വൈദികനിലൂടെ.

പ്രണയത്തിന് പ്രതീകമുണ്ടാവണമെങ്കിൽ...
ഇതുപോലൊരു ഡേ വെറുത വിട്ടുക.
ഫെബ്രുവരിയിലെ പതിനാലാം ഉദയവും
പ്രണയച്ചൂടൊതുങ്ങുന്ന അസ്തമയവും
സാക്ഷിയായ നിമിഷങ്ങളിത്രമാത്രം.

മനസ്സറിയാത്ത കാർഡു പ്രണയങ്ങൾക്കും,
അഴുക്കു മൂടിയ ഹൃദയത്തിൽ നിന്നും
പൊടിതട്ടിയടുത്ത വാടാത്ത പ്ലാസ്റ്റിക് പുഷ്പങ്ങൾക്കും
മലയാളം മറന്ന ചുണ്ടിലെമായച്ചിരിയ്ക്കുമൊപ്പം...
ഇന്റർനെറ്റിലൂടെ കൈമാറുന്ന ചുംബനങ്ങൾക്കുമൊപ്പം

ക്ഷമിക്കുക...
അല്പായുസ്സുള്ള പ്രണയങ്ങൾക്ക്,
നിറഞ്ഞ മനസ്സിനേക്കാൾ വലുത്

വർണ്ണവിസ്മയമുള്ള കടലാസു കഷ്ണമാണ്.
ജന്മസാഫല്യത്തെ ആട്ടിയോടിച്ച്
നിമിഷ സായൂജ്യത്തിനനേരെമഞ്ഞച്ചിരി വിതറുമ്പോഴും
പറയാൻ ബാക്കിയുള്ളതിതിരമാത്രം.
നശിയ്ക്കാത്ത പ്രണയമേ... നീ വരുമ്പോൾ
ഡേയ്ക്ക പകരം യുഗങ്ങൾ തന്നുപോവുക

വെണ്ടപ്പൂവിന്റെ ചങ്ങാതി

വെണ്ടപ്പൂവ്വിലേയ്ക്കൊരു
വണ്ടുമുരണ്ടുവന്നു...
പൂവിനെ ചുംബിച്ചതും,
ബോധരഹിതനായി.
ഏതോ കീടനാശിനി,
പുതപ്പുയർത്തി നോക്കി.
പിന്നെ ഊറിച്ചിരിച്ച്,
വീണ്ടും ഒളിഞ്ഞുറങ്ങി.
ദൂരെ നിന്നാരോചാക്കുമായി വന്ന്,
ബോധം പോയവണ്ടിനെ മാറ്റി
ബോധമില്ലാത്ത ചാക്കുകാരൻ,
പാകമായവെണ്ടയുടെയെല്ലാം കഴുത്തറുത്തു.
കീടനാശിനി വെണ്ടപ്പൂവിന്റെ ചെവിയിൽ
ആരും കേൾക്കാതെ പറഞ്ഞു.
'നിന്നെ മണത്ത വണ്ടിന് ബോധമേ പോയുള്ളൂ
ആ ചാക്കുകാരനറിയുന്നില്ല നിന്നിലൂടെ അവന് നഷ്ടമാകുന്നത്
സ്വന്തം ജീവൻ തന്നെയെന്ന്'

മാർച്ച്

മാർച്ചിന്റെ ചൂട്...
ഓർമ്മയിൽ ഇറ്റുവീണ കണ്ണീരിന്റെ യാത്രപോലെ
കവിളിലൂടൊഴുകി, ഹൃദയം പൊള്ളിച്ച്
സ്വയം വറ്റിയമരുന്നു.
മാർച്ചെന്നും വിരഹമായിരുന്നു.
നിറഞ്ഞ നേത്രങ്ങളിലൂടെ,
അവ്യക്തമാകുന്ന രൂപകാഴ്ച്ചകൾ പോലെ
ഒടുവിലത് സ്വയം ഉൾവലിഞ്ഞില്ലാതാവുന്നു.
മാർച്ചിന്റെ യാത്രാമൊഴിയിലാണ്,
ഹൃദയത്തിന്റെ മുറിവ് വളർന്നു പഴുത്തത്.
അതേ മാർച്ചുതന്നെയാണ്
മനസ്സു വിശ്രമിച്ചിരുന്ന തണലെടുത്ത് കൊണ്ട്
ഓടിമറഞ്ഞത്.

വെളിച്ചമില്ലാത്ത സൂര്യൻ

കുഞ്ഞുവയർ തളരുമ്പോൾ,
അമ്മ മനസ്സിന് ഉറക്കം നഷ്ടപ്പെടുന്നു.
പങ്കാളിയെ ഊട്ടുമ്പോഴാണ്
പലപ്പോഴും അവൾക്ക് വിശപ്പടങ്ങുന്നത്
പക്ഷേ...
അവളുടെ 'വിശപ്പ്' ശ്വാസം മുട്ടുമ്പോൾ
തലേന്ന് ഹൃദയം ദാനം ചെയ്തവളുമായി,
ഗാഢ നിദ്രയിൽ രമിച്ചിരിക്കാൻ
താലിപിടിച്ച കരങ്ങൾക്കാകും
ഇവിടെ സ്നേഹമെന്നത്
വെളിച്ചമില്ലാത്ത സൂര്യനാവുന്നു.

കനൽച്ചീളുകൾ

അഭിനയിക്കാൻ പഠിക്കുകയല്ല,
ജീവിതം അത് പഠിപ്പിക്കുകയാണ്.

സ്നേഹത്തിന്റെ ഒഴുക്കിൽ ഊളിയിടുമ്പോൾ,
അറിയുക...
ചിലപ്പോഴൊക്കെ പായൽപിടിച്ച്,
അപകടകാരിയായൊരു പാറ അടിത്തട്ടിൽ ഒളിഞ്ഞിരുന്നേക്കാം

പലതും തിരിച്ചറിയുന്നത്,
നേടാതെ പോവുമ്പോഴാണ്
നേടിക്കഴിഞ്ഞാൽ അവയെല്ലാം തിരിച്ചറിയാൻ വളരെപാടുമാണ്.

സ്ത്രീയുടെ മാറിലേക്കു നോക്കുന്നവനല്ല,
മനസ്സിലേക്ക് നോക്കുന്നവനാണ്
യഥാർത്ഥ പങ്കാളി.

അന്യനോട് അശ്ലീലം പറയാൻ കഴിവുള്ളവർക്ക്,
അർഹതപ്പെട്ടവരോട് നുണപറയാൻ മടികാണില്ല.

ഒരിക്കലെങ്കിലും എന്നോട് അസഭ്യം പറഞ്ഞിരുന്നെങ്കിൽ,
നിന്റെ പ്രണയമെന്നത് ഞാനറിയാതെ പോകുമായിരുന്നു.

ജീവിതം കയ്ക്കുമ്പോഴാണ്,
ഓർമ്മകൾക്ക് മധുരമുണ്ടാവുന്നത്.

ചാ (ചീ)റ്റിങ്ങ്

ഒരിക്കൽ ഒരു മാന്യൻ
ഗേൾ ഫ്രണ്ടിനെ ചാറ്റ് ചെയ്തു.
'തന്റെ മാറിടം നന്നായിട്ടുണ്ട്'

ഉടൻ വന്നു സുന്ദരിയുടെ മറുചോദ്യം,
'നേരോ.... നിങ്ങളുടെ ഭാര്യയേക്കാളും'
ആ മറുപടിയിലൂടെയാണ് അയാൾ
ഭാര്യയുണ്ടെന്നോർത്തത്.

ജാള്യം മറക്കാൻ വീണ്ടും ചാറ്റി,
'നിന്റെ ഭർത്താവിനേക്കാളും സുന്ദരനല്ലേ ഞാൻ '?
പ്രതീക്ഷയോടെ കാത്തിരുന്നു...

മറുപടി വന്നു.
'എന്റെ മോൻ വിളിക്കുന്നു, പിന്നെപ്പറയാം '

E- ഓണം

ഓണപ്പുലരിയിൽ,
ആദ്യമുണർന്ന മുത്തശ്ശി,
വേച്ച് വേച്ച് മുറ്റത്തേക്ക് ...
മുറ്റത്തിന്റെ മുഖം മിനുക്കിയ കല്ലുകളിൽ
വാടാത്തൊരു പൂക്കളം...
മോണകാട്ടിച്ചിരിച്ച് ഒരു വാടാർമല്ലിയെടുത്തു
'അത് പ്ലാസ്റ്റിക്കാ' മരുമകൾ പുരികം ചുളിച്ചു.
ഒപ്പം മുത്തശ്ശിയും.
'അപ്പോ... തുമ്പയും, മുക്കുറ്റിയും എവിടെ?'
പേരകിടാവ് ചിരിച്ചു.
'പഴയപുസ്തകത്തിലുണ്ട് മുത്തശ്ശി അതൊക്കെ.'
പോകാം, അടുക്കളയിലേക്ക്....
അവിടെ പാത്രങ്ങളെല്ലാം വായടച്ചിരിക്കുന്നു,
ചിലത് തലകുത്തി നിൽക്കുന്നു.
'ഓണായിട്ട് എന്താവെച്ച്ണ്ടാക്ക്യേ?'
'ഒക്കെ ഓൺലൈനിൽ വരും'
മകന്റെ ആശ്വാസവാക്കുകൾ ...
ഒടുവിൽ ബാക്കിയുള്ള ഓണക്കോടി നോക്കി,
മുത്തശ്ശി ദൃഢമായി പറഞ്ഞു.
'ഈ കോടികൊണ്ടെന്നെയങ്ങ് പുതച്ചേക്ക്, '
'E- ഓണം എനിക്കിനി കാണണ്ട.'

വിലപ്പെട്ട - നഷ്ടങ്ങൾ

അമ്മിഞ്ഞപ്പാലിൽ മധുരമുണങ്ങും മുൻപെ,
അസൂയതോന്നിയ ഏതോ ദൈവം,
എന്നെന്നേക്കുമായി നഷ്ടപ്പെടുത്തിയ
പൊക്കിൽക്കൊടി ബന്ധം.
ശബ്ദവും, രൂപവുമില്ലാത്ത ഓർമ്മകളിൽതന്ന്
എങ്ങോ മറഞ്ഞു അമ്മ
പിന്നീട്ട വന്ന വസന്തങ്ങളിലെന്നോ,
സൗഹൃദപ്പൂച്ചെണ്ടുനൽകി,
ഒരിക്കലും ഉറക്കാത്ത മിഴികളുമായി
യാത്ര പോയ കൂട്ടുകാരൻ
കാൽത്താളത്തിനൊത്ത് കൈപിടിച്ച്,
മറ്റൊരമ്മയായി എന്റെ നേട്ടങ്ങളറിയാതെ,
അനുഗ്രഹത്തിന്റെ കരങ്ങളുമായി വിടതന്ന അച്ഛമ്മ.
സ്നേഹത്തിന്റെ വിയർപ്പുപടർന്ന,
നെഞ്ചിൽ ചേർത്തുകിടത്തി,
മനസ്സുതേങ്ങുമ്പോഴും, പുറത്തുചിരിച്ച്,
ജീവിതത്തിലെന്റെ വേഷപ്പകർച്ചകൾക്കൊപ്പം,
താങ്ങും, തണലുമായി,
സ്നേഹിച്ച് മതിയാവാത്ത,
എന്റെ പ്രിയപ്പെട്ട അച്ഛൻ
വിലപ്പെട്ട നഷ്ടങ്ങളിൽ,
കാലത്തിനൊപ്പം കുറെ ചിരിയും കരച്ചിലും
ഇടകലർത്തി ഓർമ്മകൾ ഒഴുകിക്കൊണ്ടേയിരുന്നു
ഒപ്പം ഞാനും

നീതി

മോഷണക്കുറ്റക്കാർ
ജയിലഴികൾക്കുള്ളിൽ നിന്നും
പുറത്തേയ്ക്കു നോക്കുമ്പോൾ
കൊലക്കേസിലകത്തായവർ
ജാമ്യം വാങ്ങി,
ആർത്തു ചിരിച്ച്,
പുറത്തുവന്ന്
മാന്യക്കുപ്പായമിട്ട്,
ഭക്ഷണമോഷ്ടാക്കളെ നോക്കി ചിറികോട്ടി,
കൊടി പാറുന്ന വണ്ടിയിൽ ഞെളിഞ്ഞിരുന്നു.
വിശന്നു മോഷ്ടിച്ചവരോ?
ജാമ്യക്കാരില്ലാതെ,
ജന്മത്തെ സ്വയം ശപിച്ച്,
കൈക്കരുത്തിന്റെ രുചി നുണഞ്ഞ്,
കുടുംബമോർത്ത് മൗനമായി നെടുവീർപ്പിട്ട്
'ജീവപര്യന്തം' കാത്ത്
ഇരുട്ടിൽ കണ്ണുതുറന്ന് കിടക്കുന്നു.

ജന്മം

സത്യമിഥ്യകൾ ചേരിചേരാനയം
വെച്ചുനീട്ടുന്ന ഭ്രമുഖത്തിങ്കൽ
അർത്ഥമില്ലാത്ത ജീവിതത്തിന്റെ
വ്യർത്ഥമാകുന്ന സ്പന്ദനങ്ങൾക്കുള്ളിൽ
മിന്നിമിന്നിതെളിഞ്ഞു കത്തും മുമ്പേ
കെട്ടുപോകുന്ന നാളമാണീ ജന്മം.

മൃതി

ആരോ പറഞ്ഞറിഞ്ഞു
അറിയുന്ന സത്യം ജനനമെന്നും
അറിയാത്തത് മരണമെന്നും
മൃതിയൊരു തമോഗർത്തമായ്
ജീവനെ വിഴുങ്ങിടുമ്പോൾ
വെളിച്ചം കുടിച്ചുതീർത്ത ഇരുൾ വായിൽ
നിഴലില്ലാതാകുന്ന ആത്മാവ് ഏകനാകുന്നു
രാപ്പകലുകളെപ്പോലീ ജനി-മൃതികൾ
സമാന്തരങ്ങളായ് ഒഴുകിടുമ്പോൾ
മൃതിയൊരു കരിമ്പടംപോൽ
സ്വപ്നമുറങ്ങുന്ന കണ്ണുകളിലെ
കാഴ്ചകളെ എന്നേക്കുമായ് മൂടിക്കെട്ടുന്നു.
മരണമൊരു കറുത്തസത്യം.

യാത്ര

ഓർമ്മകളെ തൊട്ടുണർത്തിക്കൊണ്ട്
പിന്നിട്ട വഴികളിലൂടെ
പിന്നെയും ഒരു യാത്ര
സൗഹൃദത്തിന്റെ കൊലുസു കിലുങ്ങിയ,
തിരക്കേറിയ പാത
വിപ്ലവം മുളച്ച നിളയുടെ മണൽതിട്ട.
പുലരിക്കും നിലാവിനും ചന്തം തോന്നിയ
ചെമ്മൺ മൈതാനം
പരിചിതമായ വഴിയിൽ
അപരിചിതമാക്കപ്പെട്ട മുഖങ്ങൾ
കൂടെ നടക്കുമ്പോൾ ചിതറിവീണ,
വാക്കുകളുടെ അർത്ഥവ്യാപ്തി തിരഞ്ഞ
മൺതരികൾ
ഈ യാത്രയിൽ കണ്ടതെല്ലാം
എന്തൊക്കെയോ ഓർമ്മപ്പെടുത്തലുകളായിരുന്നു.

പുതിയ മനുഷ്യൻ

ഹൃദയം കൊണ്ട് ചിരിക്കരുത്
മനസ്സുകൊണ്ട് പ്രണയിക്കരുത്
വേദനയുടെ പങ്ക് ചോദിക്കരുത്
അങ്ങനെയെങ്കിൽ നീ പുതിയ മനുഷ്യനാണ്.

പ്രണയം

നേർക്കാഴ്ചയുടെ ചൂണ്ടക്കൊളുത്തിൽ പിടഞ്ഞ,
മിഴികളിലൂടെ,
ദാവണിത്തുമ്പിലൊളിച്ച,
വിറയാർന്ന വിരൽ തുമ്പിലൂടെ,
മുഷ്ടി ചുരുട്ടിയ വിപ്ലവവീര്യത്തിലൂടെ,
പുസ്തകത്താളുകളിൽ പിടഞ്ഞുവീണ,
കവിതയുടെ ലഹരി പങ്കിട്ട്
കൗമാരം കാലുറയ്ക്കാതെ ആടിയുലഞ്ഞു.
പറയാതെ തൊണ്ടയിൽ കുടുങ്ങിയ
വിറളി പിടിച്ച വാക്കുകൾ
ഹൃദയത്തിന്റെ ചില്ലകളുലച്ച്
മുടിയഴിച്ചാടി
മീനസൂര്യന്റെ നിഴലിൽ പൊഴിഞ്ഞ
മാമ്പൂക്കളിലായിരുന്നു
മൗന പ്രണയത്തിന്റെ ആദ്യസുഗന്ധം പരന്നത്.

തണൽ മരങ്ങൾ

ദശകത്തിനപ്പുറത്ത്,
കർക്കിടകത്തിന്റെ കലക്കുവെള്ളത്തിലൂടെ
പണിതേടിയെത്തിയതാണീ താന്നിച്ചോട്ടിൽ.
ശാസ്ത്രവും സാങ്കേതികതയും
കൈകോർത്ത് ചിരിച്ചു കാണിച്ചപ്പോൾ
സാഹിത്യം തലകുനിച്ചാണെങ്കിലും പടികൾ കയറി.
ശോഷിച്ച വേതനം നോക്കി കരൾ പിടഞ്ഞപ്പോൾ,
പുറനിറഞ്ഞ പ്രാരാബ്ധങ്ങൾ എന്നെ പിടിച്ചുനിർത്തി
ആകാശം കണ്ണുതുടച്ച് വെയിൽചിരിപരത്തിയപ്പോൾ,
പ്രതീക്ഷകളെ അതിശയിപ്പിച്ച് ഞാനുമൊരതിഥിയായി.
പരിചയത്തിന്റെ പൂന്തോപ്പിൽ പൂക്കാത്ത ചെടിയായി,
ചിലർമാത്രം ഹൃദയംകൊണ്ട് ചിരിച്ചു.
എങ്കിലും...
കരയും തിരയും പോലെ,
ഒരുമിക്കാനാവാത്ത ബന്ധങ്ങൾ.
എല്ലായ്പ്പോഴും...
പടിയിറങ്ങുന്ന കൗമാരങ്ങൾക്കൊപ്പം,
ഞങ്ങൾ അതിഥികളും മീന സൂര്യനെ വെറുത്തു.
അന്നു തൊട്ട് വന്നു പോയവർക്കും,
പോയിവന്നവർക്കുമിടയിൽ,
പകലിന്റെ പകുതികടമെടുത്ത്,
ഞാനുമുണ്ടിവിടെ.
എപ്പോഴോ വന്ന മറ്റൊരുമഴയിൽ
ആരോ മാവിൻ ചുവട്ടിലൊരു
സൗഹൃദക്കുട നിവർത്തി,
നിലത്തുവീണ ഹൃദയച്ചീളുകൾ

പെറുക്കിയെടുക്കാൻ സഹായിച്ചു.
വിണ്ടുകീറിയ ജീവിതപ്പാടത്തേക്കൊരു
നീർച്ചാലുപോലെ
അത് വളർന്ന് പുഴയായി,
പിന്നെ കടലും.
അതിൽപ്പിന്നെയാണ് ഞാൻ കണ്ണാടി മറന്നത്.
ആഴമളക്കാനിറങ്ങിയപ്പോൾ,
ഞാനറിഞ്ഞു സ്നേഹം...
തിരയൊടുങ്ങാത്ത കടലാണെന്ന്
അനുഭവങ്ങൾക്ക് അക്ഷരച്ചിറക് മുളയ്ക്കുമ്പോഴും
കടപ്പാടിന്റെ കരിമ്പനക്കാറ്റിലൂടെ
ജീവിതം തണുത്തു തുടങ്ങുമ്പോഴും
മഴയിലൂരിടൊഴുകി വന്ന്,
വെയിലിലൂടെ തിരിച്ചുനടക്കുമ്പോൾ,
ഓർമ്മകളുടെ പിടച്ചിലകറ്റാൻ,
ഈ തണൽ മരങ്ങൾ തന്നതത്രയും
അവസാനം വരെ കൂടെയുണ്ടാവും
●

www.ingramcontent.com/pod-product-compliance
Lightning Source LLC
LaVergne TN
LVHW040834051026
849519LV00007BB/2835
* 9 7 8 9 3 8 9 8 0 4 2 2 5 *